ਹੈਰਾਨਕੁਨ ਗਰੇਸ

ਲੇਖਿਕਾ : ਮੈਰੀ ਹੌਫਮੈਨ
ਚਿੱਤਰਕਾਰ : ਕੈਰੋਲਾਈਨ ਬਿੰਚ

For Buchi Emecheta *M.H.*

For Joe *C.B.*

Amazing Grace

Written by
Mary Hoffman

Illustrated by
Caroline Binch

Translated by Jaspal Singh Grewal

Magi Publications, London

ਗਰੇਸ ਇੱਕ ਲੜਕੀ ਸੀ ਜੋ ਕਹਾਣੀਆਂ ਬਹੁਤ ਪਸੰਦ ਕਰਦੀ ਸੀ। ਉਹ ਇਸ ਚੀਜ਼ ਦਾ ਕੋਈ ਖ਼ਿਆਲ ਨਹੀਂ ਕਰਦੀ ਸੀ ਕਿ ਕਹਾਣੀਆਂ ਪੜ੍ਹੀਆਂ ਜਾਣ, ਸੁਣਾਈਆਂ ਜਾਣ ਜਾਂ ਉਸਦੇ ਆਪਣੇ ਦਿਮਾਗ ਨਾਲ. ਬਣਾਈਆਂ ਜਾਣ। ਉਸਨੂੰ ਇਸਦੀ ਕੋਈ ਪਰਵਾਹ ਨਹੀਂ ਸੀ ਕਿ ਕਹਾਣੀਆਂ ਕਿਤਾਬਾਂ ਵਿੱਚੋਂ ਹੋਣ, ਜਾਂ ਟੀ.ਵੀ. ਤੇ ਹੋਣ ਜਾਂ ਫ਼ਿਲਮਾਂ ਵਿੱਚੋਂ ਹੋਣ ਜਾਂ ਵੀਡੀਓ ਤੇ ਹੋਣ ਜਾਂ ਨਾਨੀ ਦੀ ਲੰਬੀ ਯਾਦ-ਸ਼ਕਤੀ ਵਿੱਚੋਂ ਹੋਣ। ਗਰੇਸ ਤਾਂ ਕਹਾਣੀਆਂ ਬਹੁਤ ਪਸੰਦ ਕਰਦੀ ਸੀ। ਅਤੇ ਕਹਾਣੀਆਂ ਸੁਣਨ ਤੋਂ ਬਾਅਦ, ਜਾਂ ਕਦੇ ਕਦੇ ਜਦੋਂ ਉਹ ਚੱਲ ਰਹੀਆਂ ਹੁੰਦੀਆਂ, ਗਰੇਸ ਉਹਨਾਂ ਨਾਲ. ਅਦਾਕਾਰੀ ਕਰਨ ਲੱਗ ਪੈਂਦੀ। ਅਤੇ ਉਹ ਹਮੇਸ਼ਾ ਆਪਣੇ ਲਈ ਜੋਸ਼ੀਲਾ ਰੋਲ ਰੱਖਦੀ।

Grace was a girl who loved stories.
She didn't mind if they were read to her or told to her or made up in her own head. She didn't care if they were from books or on TV or in films or on the video or out of Nana's long memory. Grace just loved stories.
And after she had heard them, or sometimes while they were still going on, Grace would act them out. And she always gave herself the most exciting part.

ਗੋਰਸ ਜੋਨ ਔਫ ਆਰਕ ਬਣਕੇ ਲੜਾਈ ਵਿੱਚ ਚਲੀ ਗਈ . . .

Grace went into battle as Joan of Arc . . .

ਅਤੇ ਉਸਨੇ ਸਪਾਈਡਰਮੈਨ ਅਨਾਨਸੀ ਵਾਂਗੂੰ ਇੱਕ ਭਿਆਨਕ ਜਾਲ਼ਾ ਬੁਣਿਆਂ।

and wove a wicked web as Anansi the spiderman.

ਉਹ ਟਰੌਏ ਦੇ ਦਰਵਾਜ਼ੇ ਤੇ ਪਏ ਲੱਕੜ ਦੇ ਘੋੜੇ ਵਿੱਚ ਲੁਕ ਗਈ . . .

She hid inside the wooden horse at the gates of Troy . . .

ਉਹ ਹੈਨੀਬਲ ਅਤੇ ਸੌ ਹਾਥੀਆਂ ਨਾਲ ਐਲਪਸ ਪਾਰ ਕਰ ਗਈ . . .

she crossed the Alps with Hannibal and a hundred
elephants . . .

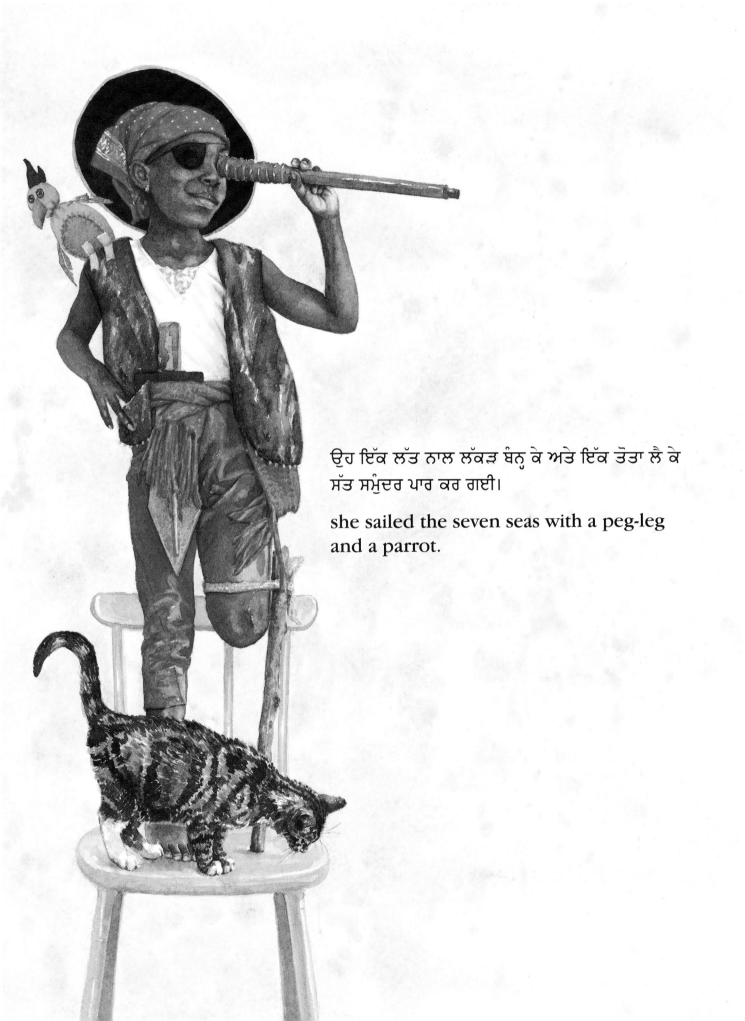

ਉਹ ਇੱਕ ਲੱਤ ਨਾਲ ਲੱਕੜ ਬੰਨ੍ਹ ਕੇ ਅਤੇ ਇੱਕ ਤੋਤਾ ਲੈ ਕੇ ਸੱਤ ਸਮੁੰਦਰ ਪਾਰ ਕਰ ਗਈ।

she sailed the seven seas with a peg-leg and a parrot.

ਉਹ ਵੱਡੇ ਸਮੁੰਦਰ ਦੇ ਚਮਕੀਲੇ ਪਾਣੀ ਕੋਲ. ਹਾਈਆਵਾਥਾ ਬਣੀ ਬੈਠੀ ਸੀ

She was Hiawatha, sitting by the shining Big-Sea-Water

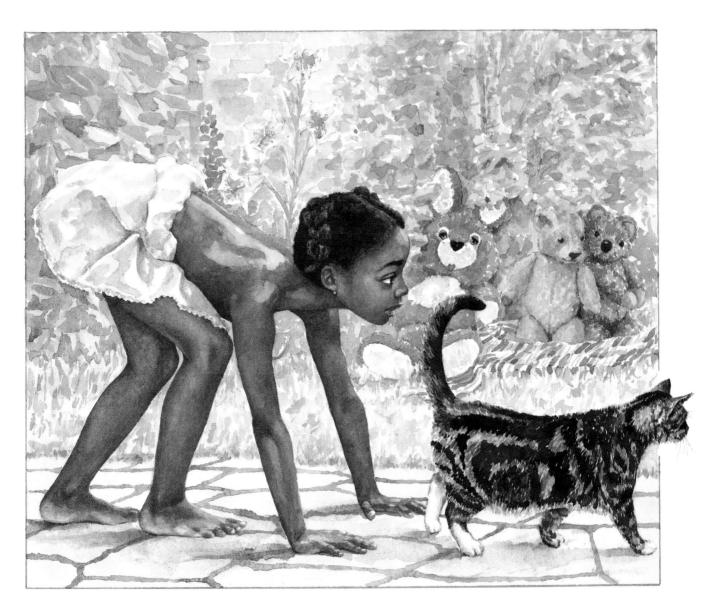

ਅਤੇ ਪਿਛਲੇ ਬਗੀਚੇ ਵਾਲੇ. ਜੰਗਲ ਵਿੱਚ ਮੋਗਲੀ ਬਣੀ ਹੋਈ ਸੀ।

and Mowgli in the back garden jungle.

ਪਰ ਸਭ ਤੋਂ ਵੱਧ ਗ੍ਰੇਸ ਨੂੰ ਨਾਟਕਾਂ ਵਿੱਚ ਅਦਾਕਾਰੀ ਕਰਨੀ ਚੰਗੀ ਲੱਗਦੀ ਸੀ। ਉਹ ਲੰਡਨ ਸ਼ਹਿਰ ਦੀਆਂ ਘੰਟੀਆਂ ਸੁਣਨ ਲਈ ਡਿੱਕ ਵਿਟਿੰਗਟਨ ਬਣਨਾ ਪਸੰਦ ਕਰਦੀ ਸੀ ਜਾਂ ਜਾਦੂ ਦੇ ਦੀਵੇ ਨੂੰ ਰਗੜਦਾ ਹੋਇਆ ਅਲਾਦੀਨ। ਨਾਟਕਾਂ ਦੇ ਸਭ ਤੋਂ ਵਧੀਆ ਪਾਤਰ ਲੜਕੇ ਸਨ, ਪਰ ਗ੍ਰੇਸ ਨੇ ਫਿਰ ਵੀ ਉਹਨਾਂ ਦੀ ਹੀ ਅਦਾਕਾਰੀ ਕੀਤੀ।

But most of all Grace loved to act pantomimes. She liked to be Dick Whittington turning to hear the bells of London Town or Aladdin rubbing the magic lamp. The best characters in pantomimes were boys, but Grace played them anyway.

ਜਦੋਂ ਕੋਈ ਆਲੇ. ਦੁਆਲੇ. ਨਹੀਂ ਸੀ ਹੁੰਦਾ, ਤਾਂ ਗਰੇਸ ਸਾਰੇ ਰੋਲ ਆਪ ਹੀ ਅਦਾ ਕਰਦੀ ਸੀ। ਉਸਨੇ ਹਜ਼ਾਰਾਂ ਹੀ ਰੋਲ ਨਿਭਾਏ। ਆਮ ਤੌਰ ਤੇ ਪੈ ਪੈ ਬਿੱਲੀ ਉਸਦੀ ਮਦਦ ਕਰਦੀ।

ਅਤੇ ਕਦੇ ਕਦੇ ਉਹ ਮਾਂ ਅਤੇ ਨਾਨੀ ਨੂੰ ਆਪਣੇ ਨਾਲ. ਖੇਡਣ ਲਈ ਮਨਾ ਲੈਂਦੀ, ਜਦੋਂ ਕਿ ਉਹ ਵਿਹਲੀਆਂ ਹੁੰਦੀਆਂ ਸਨ। ਫਿਰ ਉਹ ਡਾਕਟਰ ਗਰੇਸ ਹੁੰਦੀ ਅਤੇ ਉਹਨਾਂ ਦੀਆਂ ਜ਼ਿੰਦਗੀਆਂ ਉਸਦੇ ਹੱਥ ਹੁੰਦੀਆਂ ਸਨ।

When there was no-one else around, Grace played all the parts herself.
She was a cast of thousands. Paw-Paw the cat usually helped out.
And sometimes she could persuade Ma and Nana to join in, when they
weren't too busy. Then she was Doctor Grace and their lives were in
her hands.

ਇੱਕ ਦਿਨ ਸਕੂਲ ਵਿੱਚ ਉਸਦੇ ਅਧਿਆਪਕ ਨੇ ਕਿਹਾ ਕਿ ਉਹ ਪੀਟਰ ਪੈਨ ਦਾ ਨਾਟਕ ਕਰਨਗੇ। ਗੇਰਸ ਨੇ ਆਪਣਾ ਹੱਥ ਖੜਾ ਕਰ ਲਿਆ... ਪੀਟਰ ਪੈਨ ਬਣਨ ਲਈ।

"ਤੈਨੂੰ ਪੀਟਰ ਪੈਨ ਨਹੀਂ ਕਿਹਾ ਜਾ ਸਕਦਾ," ਰਾਜ ਨੇ ਕਿਹਾ। "ਉਹ ਤਾਂ ਲੜਕੇ ਦਾ ਨਾਮ ਹੈ।"

ਪਰ ਗੇਰਸ ਨੇ ਆਪਣਾ ਹੱਥ ਖੜਾ ਹੀ ਰੱਖਿਆ।

"ਤੂੰ ਪੀਟਰ ਪੈਨ ਨਹੀਂ ਬਣ ਸਕਦੀ," ਨਟਲੀ ਨੇ ਹੌਲੀ ਜਿਹੀ ਕਿਹਾ। "ਉਹ ਕਾਲ਼ਾ ਨਹੀਂ ਸੀ"।

ਪਰ ਗੇਰਸ ਨੇ ਆਪਣਾ ਹੱਥ ਖੜਾ ਹੀ ਰੱਖਿਆ।

"ਠੀਕ ਹੈ," ਅਧਿਆਪਕ ਨੇ ਕਿਹਾ। "ਤੁਹਾਡੇ ਵਿੱਚੋਂ ਬਹੁਤ ਜਾਣੇ ਪੀਟਰ ਪੈਨ ਬਣਨਾ ਚਾਹੁੰਦੇ ਹਨ, ਇਸ ਲਈ ਤੁਹਾਨੂੰ ਸਾਰਿਆਂ ਨੂੰ ਰੋਲ ਕਰਕੇ ਦਿਖਾਉਣਾ ਪਵੇਗਾ। ਆਪਾਂ ਅਗਲੇ ਸੋਮਵਾਰ ਸਭ ਦੇ ਰੋਲ ਚੁਣ ਲਵਾਂਗੇ।"

One day at school her teacher said they were going to do the play of *Peter Pan.* Grace put up her hand to be . . . Peter Pan.

"You can't be called Peter," said Raj. "That's a boy's name."

But Grace kept her hand up.

"You can't be Peter Pan," whispered Natalie."He wasn't black."

But Grace kept her hand up.

"All right," said the teacher. "Lots of you want to be Peter Pan, so we'll have to have auditions. We'll choose the parts next Monday."

ਜਦੋਂ ਗਰੇਸ ਘਰ ਪਹੁੰਚੀ, ਉਹ ਕੁਝ ਉਦਾਸ ਲੱਗਦੀ ਸੀ।
"ਕੀ ਗੱਲ ਹੈ?" ਮਾਂ ਨੇ ਪੁੱਛਿਆ।
"ਰਾਜ ਕਹਿੰਦਾ ਸੀ ਕਿ ਤੂੰ ਪੀਟਰ ਪੈਨ ਨਹੀਂ ਬਣ ਸਕਦੀ ਕਿਉਂਕਿ
ਮੈਂ ਇੱਕ ਲੜਕੀ ਹਾਂ।"
"ਇਸ ਤੋਂ ਇਹ ਪਤਾ ਲੱਗਦਾ ਹੈ ਕਿ ਰਾਜ ਇਸ ਬਾਰੇ ਕਿੰਨਾ ਕੁ
ਜਾਣਦਾ ਹੈ," ਮਾਂ ਨੇ ਕਿਹਾ। "ਪੀਟਰ ਪੈਨ ਤਾਂ ਹਮੇਸ਼ਾ ਹੀ
ਇੱਕ ਲੜਕੀ ਹੁੰਦੀ ਹੈ!"

When Grace got home, she seemed
rather sad.
"What's the matter?" asked Ma.
"Raj said I couldn't be Peter Pan because
I'm a girl."
"That just shows all Raj knows about it,"
said Ma. "Peter Pan is *always* a girl!"

ਗਰੇਸ ਖੁਸ਼ ਹੋ ਗਈ, ਫਿਰ ਥੋੜਾ ਚਿਰ ਠਹਿਰ ਕੇ ਉਸਨੂੰ ਕੁਝ ਹੋਰ ਯਾਦ ਆ ਗਿਆ।

"ਨਟਲੀ ਕਹਿੰਦੀ ਹੈ ਕਿ ਮੈਂ ਪੀਟਰ ਪੈਨ ਨਹੀਂ ਬਣ ਸਕਦੀ ਕਿਉਂਕਿ ਮੈਂ ਕਾਲੀ. ਹਾਂ," ਉਸਨੇ ਕਿਹਾ।

ਮਾਂ ਗੁੱਸੇ ਹੋਣ ਲੱਗੀ ਸੀ ਪਰ ਨਾਨੀ ਨੇ ਉਸਨੂੰ ਰੋਕ ਦਿੱਤਾ।

"ਇਸ ਤਰ੍ਹਾਂ ਲੱਗਦਾ ਹੈ ਕਿ ਨਟਲੀ ਵੀ ਕੁਝ ਨਹੀਂ ਜਾਣਦੀ" ਉਸਨੇ ਕਿਹਾ। "ਤੂੰ ਜੋ ਕੁਝ ਵੀ ਬਣਨਾ ਚਾਹੁੰਦੀ ਹੈਂ ਬਣ ਸਕਦੀ ਹੈਂ, ਗਰੇਸ, ਜੇ ਤੂੰ ਆਪਣਾ ਮਨ ਬਣਾ ਲਵੇਂ।"

Grace cheered up, then later she remembered something else.
"Natalie says I can't be Peter Pan because I'm black," she said.
Ma started to get angry but Nana stopped her.
"It seems that Natalie is another one who don't know nothing," she said. "You can be anything you want, Grace, if you put your mind to it."

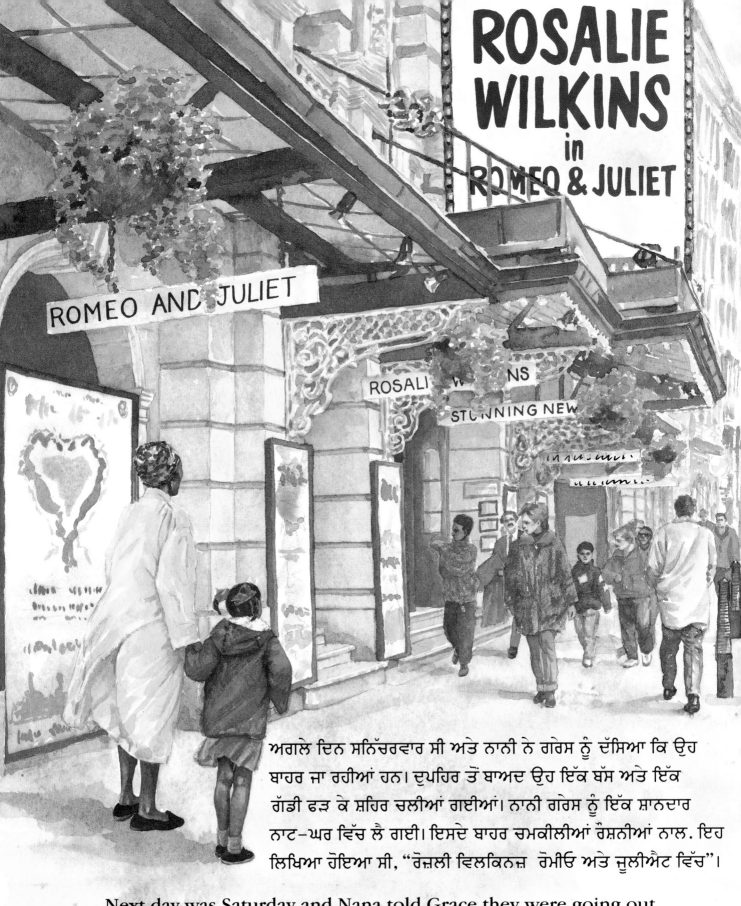

ਅਗਲੇ ਦਿਨ ਸਨਿੱਚਰਵਾਰ ਸੀ ਅਤੇ ਨਾਨੀ ਨੇ ਗਰੇਸ ਨੂੰ ਦੱਸਿਆ ਕਿ ਉਹ ਬਾਹਰ ਜਾ ਰਹੀਆਂ ਹਨ। ਦੁਪਹਿਰ ਤੋਂ ਬਾਅਦ ਉਹ ਇੱਕ ਬੱਸ ਅਤੇ ਇੱਕ ਗੱਡੀ ਫੜ ਕੇ ਸ਼ਹਿਰ ਚਲੀਆਂ ਗਈਆਂ। ਨਾਨੀ ਗਰੇਸ ਨੂੰ ਇੱਕ ਸ਼ਾਨਦਾਰ ਨਾਟ-ਘਰ ਵਿੱਚ ਲੈ ਗਈ। ਇਸਦੇ ਬਾਹਰ ਚਮਕੀਲੀਆਂ ਰੌਸ਼ਨੀਆਂ ਨਾਲ. ਇਹ ਲਿਖਿਆ ਹੋਇਆ ਸੀ, "ਰੋਜ਼ਲੀ ਵਿਲਕਿਨਜ਼ ਰੋਮੀਓ ਅਤੇ ਜੁਲੀਐਟ ਵਿੱਚ"।

Next day was Saturday and Nana told Grace they were going out.
In the afternoon they caught a bus and a train into town.
Nana took Grace to a grand theatre. Outside it said,
''ROSALIE WILKINS in ROMEO AND JULIET'' in beautiful sparkling lights.

"ਕੀ ਆਪਾਂ ਸੰਗੀਤਕ ਨਾਟ ਨੂੰ ਜਾ ਰਹੀਆਂ ਹਾਂ, ਨਾਨੀ?" ਗ੍ਰੇਸ ਨੇ ਪੁੱਛਿਆ।
"ਅਸੀਂ ਜਾ ਰਹੇ ਹਾਂ, ਨਾਨੀ ਨੇ ਲਾਡ ਨਾਲ. ਕਿਹਾ, ਪਰ ਮੈਂ ਚਾਹੁੰਦੀ ਹਾਂ ਕਿ ਤੂੰ ਪਹਿਲਾਂ ਇਹ ਤਸਵੀਰਾਂ ਦੇਖ ਲਵੇਂ।" ਨਾਨੀ ਨੇ ਗ੍ਰੇਸ ਨੂੰ ਇੱਕ ਬਹੁਤ ਸੁੰਦਰ ਨਾਚੀ ਦੀਆਂ ਤਸਵੀਰਾਂ ਦਿਖਾਈਆਂ। ਇਹਨਾਂ ਵਿੱਚੋਂ ਇੱਕ ਉੱਪਰ ਲਿਖਿਆ ਹੋਇਆ ਸੀ, "ਸੁੰਦਰ ਨਵੀਂ ਜੁਲੀਐਟ!"

"Are we going to the ballet, Nana?" asked Grace.
"We are, Honey, but I want you to look at these pictures first."
Nana showed Grace some photographs of a beautiful young girl dancer
in a tutu. "STUNNING NEW JULIET!" it said on one of them.

"ਉਹ ਛੋਟੀ ਰੋਜ਼ਲੀ ਹੈ ਜੋ ਕਿ ਪਿੱਛੋਂ ਟਰਿਨੀਡਾਡ ਤੋਂ ਹੈ," ਨਾਨੀ ਨੇ ਕਿਹਾ। "ਉਸਦੀ ਦਾਦੀ ਅਤੇ ਮੈਂ ਅਸੀਂ ਉਸ ਟਾਪੂ ਤੇ ਇਕੱਠੀਆਂ ਹੀ ਵੱਡੀਆਂ ਹੋਈਆਂ। ਉਹ ਮੈਨੂੰ ਹਮੇਸ਼ਾ ਪੁੱਛਦੀ ਹੈ ਕਿ ਮੈਨੂੰ ਉਸਦੀ ਛੋਟੀ ਲੜਕੀ ਨੂੰ ਨੱਚਦੀ ਦੇਖਣ ਲਈ ਟਿਕਟ ਚਾਹੀਦੇ ਹਨ – ਇਸ ਲਈ ਇਸ ਵਾਰੀ ਮੈਂ ਹਾਂ ਕਰ ਦਿੱਤੀ।"

"That one is little Rosalie from back home in Trinidad,"
said Nana. "Her Granny and me, we grew up together on the island.
She's always asking me do I want tickets to see her little girl dance –
so this time I said yes."

ਸੰਗੀਤਕ ਨਾਟ ਤੋਂ ਪਿੱਛੋਂ ਗਰੇਸ ਨੇ ਆਪਣੇ ਕਮਰੇ ਵਿੱਚ ਨੱਚ ਕੇ ਜੁਲੀਐਟ ਦਾ ਰੋਲ ਨਿਭਾਇਆ। "ਮੈਂ ਜੋ ਕੁਝ ਵੀ ਬਣਨਾ ਚਾਹੁੰਦੀ ਹਾਂ ਬਣ ਸਕਦੀ ਹਾਂ," ਉਸਨੇ ਸੋਚਿਆ। "ਮੈਂ ਤਾਂ ਪੀਟਰ ਪੈਨ ਵੀ ਬਣ ਸਕਦੀ ਹਾਂ।"

After the ballet, Grace played the part of Juliet, dancing around her room in her imaginary tutu. "I can be anything I want," she thought. "I can even be Peter Pan."

ਸੋਮਵਾਰ ਨੂੰ ਉਹਨਾਂ ਨੂੰ ਸੁਣਿਆਂ ਗਿਆ। ਉਹਨਾਂ ਦੇ ਅਧਿਆਪਕ ਨੇ ਜਮਾਤ ਨੂੰ ਵੋਟਾਂ ਪਾ ਕੇ ਰੋਲ ਚੁਣਨ ਲਈ
ਕਿਹਾ। ਰਾਜ ਨੂੰ ਕੈਪਟਨ ਹੁੱਕ ਖੇਡਣ ਲਈ ਚੁਣਿਆਂ ਗਿਆ। ਨਟਲੀ ਨੇ ਵੈਂਡੀ ਬਣਨਾ ਸੀ।
ਫਿਰ ਉਹਨਾਂ ਨੇ ਪੀਟਰ ਪੈਨ ਚੁਣਨਾ ਸੀ।
ਗੇਰਸ ਨੂੰ ਬਿਲਕੁਲ ਠੀਕ ਪਤਾ ਸੀ ਕਿ ਕੀ ਕਰਨਾ ਹੈ – ਅਤੇ ਸਾਰੇ ਸ਼ਬਦ ਕਿਵੇਂ ਕਹਿਣੇ ਹਨ।
ਇਹ ਉਹੀ ਰੋਲ ਸੀ ਜੋ ਉਸਨੇ ਘਰ ਕਈ ਵਾਰ ਖੇਡਿਆ ਸੀ। ਸਾਰੇ ਬੱਚਿਆਂ ਨੇ ਉਸਨੂੰ ਵੋਟਾਂ ਪਾਈਆਂ।
"ਤੂੰ ਬਹੁਤ ਅੱਛੀ ਸੀ," ਨਟਲੀ ਨੇ ਕਿਹਾ।

On Monday they had the auditions. Their teacher let the class vote on the
parts. Raj was chosen to play Captain Hook. Natalie was going to be Wendy.
Then they had to choose Peter Pan.
Grace knew exactly what to do – and all the words to say. It was a part she
had often played at home. All the children voted for her.
''You were great,'' said Natalie.

ਨਾਟਕ ਬਹੁਤ ਹੀ ਸਫਲ ਹੋਇਆ ਅਤੇ ਗਰੇਸ ਇੱਕ ਹੈਰਾਨ ਕੁਨ ਪੀਟਰ ਪੈਨ ਬਣੀ।

ਜਦੋਂ ਇਹ ਸਾਰਾ ਖਤਮ ਹੋ ਗਿਆ, ਉਸਨੇ ਕਿਹਾ, "ਮੈਂ ਮਹਿਸੂਸ ਕਰਦੀ ਹਾਂ ਕਿ ਮੈਂ ਘਰ ਨੂੰ ਉੱਡ ਕੇ ਜਾ ਸਕਦੀ!"

"ਸ਼ਾਇਦ ਤੂੰ ਜਾ ਸਕਦੀ ਹੈਂ," ਮਾਂ ਨੇ ਕਿਹਾ।

"ਹਾਂ," ਨਾਨੀ ਨੇ ਕਿਹਾ। "ਜੇ ਗਰੇਸ ਆਪਣਾ ਮਨ ਬਣਾ ਲਵੇ – ਉਹ ਜੋ ਕੁਝ ਵੀ ਕਰਨਾ ਚਾਹੇ ਕਰ ਸਕਦੀ ਹੈ।"

The play was a great success and Grace was an amazing Peter Pan.
After it was all over, she said, "I feel as if I could fly all the way home!"
"You probably could," said Ma.
"Yes," said Nana. "If Grace put her mind to it – she can do anything
she want."